Những Bức Tường Biết Nói
Talking Walls

Margy Burns Knight

Ilustrated by Anne Sibley O'Brien

Translated by Nhu Xuan Nguyen

Trước khi xây một bức tường, tôi sẽ tự hỏi để biết
tôi xây tường để giữ lấy hay xây tường để loại bỏ cái gì.

Before I built a wall I'd ask to know
What i was walling in or walling out...

Robert Frost

Truyện xưa kể rằng kiến trúc duy nhất trên trái đất có thể trông thấy được từ mặt trăng là bức Vạn Lý Trường Thành của Trung Quốc. Bức thành lũy cổ xưa này dài một ngàn năm trăm dặm này chạy ngoằn ngoèo như là một con rắn khổng lồ bằng đá nằm vắt ngang qua các miền núi, đồng bằng, và sa mạc của Trung Quốc. Trẻ em Trung Quốc và gia đình cùng người nước ngoài đều rất thích đến thăm bức tường thành này. Họ tản bộ trên lối đi trên mặt thành quanh co rộng đến năm con ngựa.

Hơn hai ngàn năm về trước, những phiến đá lớn và những tảng đá hoa cương đã được dùng để xây cất phần lớn phía đông của bức thành. Đất ướt nghiền trộn với nhau thành gạch để xây cất phần phía tây bức tường. Một số người nói rằng Vạn Lý Trường Thành đã được xây lên để ngăn chận bọn xâm lăng. Một số khác lại cho rằng nó đã được xây lên để giữ những người Trung Quốc ở lại trong nước.

Khi em bé Thổ Dân Úc này được tám tuổi, nó đặt bàn tay của nó bên cạnh dấu bàn tay của cha nó và xòe rộng ra những ngón tay nhỏ màu nâu. Rồi nó thổi bột phấn trắng qua kẽ hở của ngón tay lên trên tường. Nó rất tự hào khi trở lại và thấy dấu bàn tay của nó trên bức tường đá.

Bức tường đá này và nhiều bức tường khác giống như thế được phủ đầy những dấu bàn tay và rất nhiều hình vẽ của những bộ xương cá, những con chuột túi đang chạy như bay, và những người cưỡi ngựa. Những Thổ Dân, con cháu của những người đầu tiên sinh sống tại Úc, đọc lịch sử của họ qua các bức vẽ này, trong số đó có cả những bức đã được vẽ hơn ba mươi ngàn năm về trước.

Một số lớn các bức vẽ kể về tình yêu của người Thổ Dân đối với vùng đất của họ và cách thức mà họ và tổ tiên của họ đã dùng để chăm sóc thật tốt vùng đất đó. Một số các bức vẽ khác gần với hiện tại hơn thì kể về thời kỳ kinh hoàng khi những người từ nơi khác đến định cư bằng tàu, mang theo súng ống và giành lấy mảnh đất của họ. Đến ngày hôm nay, những người Thổ Dân vẫn tiếp tục kể lại những câu chuyện của họ bằng các bức vẽ trên tường và trên vỏ cây.

Tại Pháp, vào năm 1940, trong khi tìm kiếm con chó ở trong khu rừng có bụi gai dày đặc, bốn cậu bé đã tìm thấy một cái hố nhỏ trên mặt đất. Sau một lúc đào bới và run sợ luồn qua cái hố nhỏ này, chúng đã khám phá ra một cái hang bỏ không. Lòng hiếu kỳ đã khiến cho chúng thăm dò vùng tối đen phía bên trong động. Khi vào đến bên trong, chúng rất đỗi ngạc nhiên khi trông thấy những hình vẽ rất ngoạn mục về các con ngựa đang nhào lộn, các con bò mộng đang tấn công, và các con sơn dương đang nhảy trên những bức tường của hang Lascaux này.

Bí mật về cái hang quý báu này đã được các cậu bé giữ kín trong dăm ba ngày, nhưng cuối cùng các cậu đã tiết lộ cho thầy giáo của mình. Chẳng bao lâu sau, các cậu được biết là những bức vẽ trên tường đã được sáng tác hơn mười bảy ngàn năm về trước. Những người vẽ ra các bức vẽ này đã không ăn, ngủ hay chơi trong hang này hay là những hang khác trong vùng. Các hang này được dành riêng cho các buổi lễ đặc biệt về săn bắn và tôn giáo.

Từ lúc trước khi mặt trời mọc cho đến quá giờ đi ngủ đã lâu, những trẻ em Do Thái và gia đình của chúng còn đến nhét các mảnh giấy đặc biệt vào Bức Tường Phía Tây cổ xưa tại thành Jerusalem. Họ trang trọng đặt các lời nguyện viết tay bằng tiếng Hebrew vào trong những kẻ hở đã bị mòn trên bức tường này.

Hàng ngày nhiều đoàn người sùng bái từ khắp nơi trên thế giới đến tụ tập tại bức tường cao ngất này, trước đây đã từng là bức tường phía tây của ngôi đền Vua Solomon. Bức tường này thường được gọi là Bức Tường Than Khóc bởi vì người Do Thái than khóc cho ngôi đền của họ đã bị phá hủy đi hơn hai ngàn năm về trước. Một trong những lời cầu nguyện của họ là ngôi đền sẽ được xây dựng lại một ngày nào đó.

Những con mèo quỷ quyệt, những con bò mộng kiêu hãnh, những con voi khổng lồ, và những con khỉ tò mò là một số nhỏ trong số các con vật được phóng đại đã được khắc vào những vách đá gần Vịnh Bengal của Ấn Độ.

Theo các huyền thoại của người theo Ấn Độ Giáo và các truyện Ấn Độ thì một số lớn những loài vật này biết suy nghĩ và nói chuyện được như loài người. Trong các huyền thoại thì những con voi mang đến mưa và sự may mắn, còn các truyện cổ tích thì kể về cách những con khỉ thông minh đã dùng để lừa những con cá sấu nhiều thủ đoạn.

Hai ngàn năm về trước tại Ấn Độ, người ta có thể nghe được tiếng đục, tiếng búa của các nghệ nhân chạm trổ những con vật đẹp tuyệt vời trên những vách đá này. Ngày nay, người ta có thể nghe được tiếng trẻ con chơi đùa bên cạnh những con thú vật oai nghiêm này của Ấn Độ.

Những bức vẽ trên các bức tường phía ngoài ngôi nhà Ai Cập này kể một câu truyện về một cuộc hành trình rất riêng tư. Đó là câu truyện về một cuộc hành hương từ ngôi làng này đến thành phố Mecca nằm ở phía tây nam Ả Rập Sa-Ô-Đi, nơi thiêng liêng nhất của đạo Hồi.

Ngay từ khi còn nhỏ, những người theo đạo Hồi đã được biết rằng một ngày nào đó họ sẽ phải thực hiện một cuộc hành trình đến Mecca là nơi sinh của Muhammad, người sáng lập ra tôn giáo của họ. Mỗi năm, hàng triệu người theo đạo Hồi, nói hàng trăm thứ tiếng khác nhau, đến Mecca để hoàn thành bảy nghi thức. Trước hết, trong khi cầu nguyện, họ đi hay chạy xung quanh Ka'aba (tảng đá linh thiêng), nơi linh thiêng có tường xây lên để bảo vệ một tảng đá linh thiêng. Sau khi những người hành hương hoàn tất sáu nghi thức còn lại, họ từ Mecca trở về nhà và rồi họ được gọi là Hadjiis (người đã hành hương đến Mecca). Những bức tường được trang trí kia là một lời nhắc nhở đầy tự hào về cuộc hành hương của họ.

Các bức tường cổ xưa bằng đá hoa cương màu xám xanh của Zim-ba-bu-ê Vĩ Đại (Great Zimbabwe) ở phía đông nam châu Phi thường là đề tài cho nhiều câu truyện huyền bí. Ai là người đã xây những bức tường vòng tròn oai nghiêm này đã từng được dùng làm nhà cho hàng ngàn người Shona hơn một ngàn năm về trước? Tại sao những người Shona lại bỏ cái thành phố nổi tiếng một thời này mà họ đã từng sống ở trong rất nhiều năm? Vì mục đích gì mà chiếc tháp hình nón đã được xây lên bên trong các bức tường?

Ngày nay người ta biết được rằng những người đã xây lên Zim-ba-bu-ê Vĩ Đại không ai khác hơn là tổ tiên của những thợ nề tài giỏi người Shona. Họ đã rất cẩn thận xẻ, đẽo, và chất lên từng tảng đá một bằng tay để xây lên Zim-ba-bu-ê Vĩ Đại. Trong ngôn ngữ của người Shona, Zim-ba-buê có nghĩa là "hàng rào đá".

Người Shona rời khỏi Zim-ba-bu-ê, nơi một thời đã từng là một trung tâm mậu dịch tấp nập, bởi vì nhiều tài nguyên thiên nhiên trong khu vực đã bị tiêu hao hết. Còn sự huyền bí về lý do khiến cho những người thợ nề xây lên chiếc tháp thì vẫn chưa được khám phá. Một số người cho rằng nó là một nơi thiêng liêng. Những người khác lại cho rằng nó là một nhà kho. Không ai thật sự biết được cả.

Vào tháng sáu, những người dân da đỏ Inca tụ tập để làm lễ kỷ niệm tại những bức tường ở Cuzco, một thành phố nằm rất cao trên dãy núi Andes, thuộc Peru. Từ rất xưa, nhiều tảng đá to hơn người lớn đến ba, bốn lần đã được dùng để xây lên những bức tường này. Thật khó mà tưởng tượng được làm sao người ta lại có thể chuyển dịch những tảng đá khổng lồ như vậy mà không có những công cụ hiện đại, cho nên người ta đã đặt ra nhiều giả thuyết để giải thích việc xây các bức tường này. Một số người cho rằng các nhân vật siêu nhiên đã xây lên những bức tường tại Cuzco; một số khác lại cho rằng những người thợ nề Inca ngày xưa biết cách biến đổi đá thành chất lỏng.

Ngày nay những người dân da đỏ Inca kỷ niệm ngày hội In-ti Ray-ma tại những bức tường này. Họ ngồi trên các bức tường thành khổng lồ đã được xây cất bởi cha ông của họ hơn sáu trăm năm về trước. Tại đây, họ lắng nghe những tiếng vang vọng của những dụng cụ cổ xưa và xem những vũ điệu truyền thống ca tụng mặt trời.

Trẻ em thuộc làng Da Đỏ Taos ở New Mexico lên xuống những chiếc thang dẫn vào các ngôi nhà năm tầng của chúng. Những khu nhà làm bằng gạch mộc phơi nắng này vẫn tiếp tục là nhà của người Pu-ê-bờ-lô vì dù rằng có rất nhiều người muốn, nhưng không ai có thể đẩy họ ra khỏi mảnh đất của họ được. Những người dân cư ngụ trong làng Da Đỏ Taos rất tự hào rằng họ sống rất thoải mái bên trong những bức tường mà dân tộc họ đã sinh sống hơn ba mươi thế hệ.

Những quan khách được hoan nghênh đến xem những vũ điệu truyền thống Nai và Rùa tại làng của bộ lạc, nhưng chỉ có người trong bộ lạc thì mới được phép vào bên trong những bức tường của nơi làm lễ gọi là Kivas. Đây là một trong các cách thức mà người trong làng Do Đỏ Taos dùng để duy trì những khía cạnh linh thiêng riêng trong văn hóa của họ.

Các bức tường mà Diego Rivera vẽ trông giống như những trang trong một cuốn sách hình vẽ lớn. Nhiều bức bích họa khổng lồ của ông khắp Mexico cho thấy lịch sử thăng trầm của đất nước ông. Những phụ nữ cõng con trên lưng làm việc thật vất vả, những người nông dân khòm lưng trên các cánh đồng, và những người đấu tranh cho quyền sống của họ chỉ là một số nhỏ trong số các nhân vật mà Rivera đã miêu tả trên các bích họa.

Là một nghệ nhân có nhiều năng lực và say mê, Rivera làm việc mười, mười hai, có khi đến mười bốn tiếng đồng hồ một ngày. Ông đã vẽ bích họa để chia xẻ cái nhìn của mình về lịch sử của Mexico với dân tộc ông.

Những bức tường đá vôi của Bảo Tàng Viện về nền Văn Minh tại Hull, Quebéc, Canada, nằm đối diện với Ottawa qua con sông, trông giống như là những khối băng đang tan và những mỏm đá lộng gió vùng Western Canadian Shield. Douglas Cardinal, một kiến trúc sư từ Alberta, vì lòng tôn kính của ông đối với quê hương, đã thiết kế các bức tường ngoài của bảo tàng viện giống như hình dạng các địa hình của Canada.

Những vật trưng bày trong viện bảo tàng khuyến khích quan khách tìm hiểu về lịch sử của Canada qua hàng ngàn năm. Nhiều vật trưng bày còn đánh dấu thiên tài sáng tạo của tất cả các dân tộc bằng cách cho thấy rằng thế giới thực sự chỉ là một cái làng của địa cầu. Trẻ em có thể ăn mặc các y phục của các sắc tộc trên thế giới, chơi trong nhà của người Et-Ki-Mô, và ngắm quang cảnh đường phố ở mọi nơi khắp trên thế giới trên một chiếc xe buýt trang hoàng sặc sỡ. Trên đường ra vào bảo tàng viện, quan khách phải trầm trồ ngạc nhiên khi trông thấy các cột vật tổ (totem) đẹp tuyệt vời đã được chạm trổ bởi những người đầu tiên đến sinh sống tại miền tây Canada.

Những đóa hoa, những lá thư, những ngọn đèn cầy, và những đôi ủng được đặt một cách trìu mến dưới những tên viết trên Đài Kỷ Niệm Cựu Chiến Binh trong cuộc chiến Việt Nam tại Washington, D.C. Hàng ngày, những vật lưu niệm này và nhiều vật khác được để lại tại cái bức tường dài màu đen, lấp lánh, cao vút này. Chiếc Đài Kỷ Niệm dài khoảng một trăm sáu mươi lăm bước khổng lồ đã được thiết kế bởi Maya Lin, một sinh viên môn kiến trúc hai mươi mốt tuổi. Cô ta đã chọn đá hoa cương màu đen để thiết kế vì cô cảm thấy rằng người ta có thể nhìn chăm chú vào nó không rời mắt. Hằng ngày người ta đến thăm bức tường, nhiều người khóc khi họ nhìn, sờ, và nhớ đến tên những người Mỹ đã bỏ mình hay còn bị thất lạc ở Việt Nam.

Còn rất nhiều đàn ông, phụ nữ, và trẻ em lìa đời trong cuộc chiến này. Nếu tên của những người Việt Nam, Cam Bốt, và Lào đã qua đời cũng được khắc trên bức tường thì có lẽ bức tường sẽ được nới dài ra thêm ít nhất bảy ngàn bước khổng lồ nữa.

Nelson Mandela đã phải trải qua hai mươi sáu lần sinh nhật trong những bức tường đầy thù hận của nhà tù Nam Phi. Hàng ngàn những tấm thiệp chúc sinh nhật gởi đến cho ông đã có thể làm rực sáng những bức tường tiêu điều của ông, thế nhưng những viên chức nhà tù đã chẳng để cho Mandela đọc chúng.

Đại đa số dân chúng ở Nam Phi là người da đen, thế nhưng tiếng nói của họ không có một giá trị gì cả đối với chính quyền. Ngay từ khi Mandela là một thanh niên, ông đã đấu tranh cho quyền tự do và công bình của tất cả các người dân Nam Phi. Những người trong chính quyền do người da trắng thống trị rất sợ các tư tưởng về công bằng, công lý của Mandela và đã tuyên án bỏ tù ông chung thân vào năm 1964.

Rất nhiều người nổi giận khi Mandela bị bỏ tù. Trong nhiều năm, họ đã biểu tình và hát lời kêu gọi " Trả Lại Tự Do Cho Mandela ." Bài hát chống đối này đã vang lên khắp thế giới. Kết quả là Mandela đã được trả tự do vào ngày 11, tháng 2, 1990.

Ngày nay Mandela vẫn tiếp tục diễn thuyết về tự do. Cùng với nhiều người khác, ông ta đang làm việc rất hăng say để biến Nam Phi thành một đất nước mà mọi người sống hòa thuận và mọi người đều có quyền bỏ phiếu.

Vào ngày 9 tháng 11, 1989, hàng ngàn người dân Đức hân hoan kéo đến buổi tiệc ăn mừng ngoài đường tại Bức Tường Berlin. Tiếng reo hò, tiếng khóc, tiếng ca hát của họ có thể nghe được từ xa hàng mấy dặm khi những người dân Đông và Tây Đức sau khi đã bị ngăn cách với nhau hơn hai mươi lăm năm cùng đến để kéo đổ bức tường.

Bức Tường Berlin, được xây năm 1961, đã trở thành một hàng rào cản của một bức tường vô hình chia đôi Đông và Tây Âu châu từ năm 1945. Lúc đó, Winston Churchill, nhà lãnh đạo của Anh quốc, gọi bức tường vô hình này là " Bức Màn Sắt " vì ông tin rằng Liên Bang Sô Viết muốn chia cắt để thôn tính các nước. Joseph Stalin, lãnh tụ Liên Bang Sô Viết lúc đó, cho rằng bức tường vô hình sẽ bảo vệ đất nước của ông khỏi bị xâm lăng thêm nữa.

Nhiều người dân sống tại Âu châu rất chán chường trước cảnh bức tường ngăn cách họ với những người láng giềng. Trong nhiều năm, họ mơ ước một ngày nào đó tiếng nói chống đối của họ sẽ kéo lên được bức màn sắt và chính tay họ sẽ kéo đổ Bức Tường Berlin. Mọi người trên thế giới đều sửng sốt khi thấy Bức Tường Berlin cuối cùng đã sụp đổ năm 1989. Từ đó trở đi, biên giới của nhiều nước Đông Âu đã được mở rộng, giúp nhiều gia đình, bạn bè, láng giềng được đoàn tụ.

1. **Vạn Lý Trường Thành của Trung Quốc**
Vào khoảng hai ngàn năm trăm năm trước đây, hàng triệu công nhân đã khởi sự xây cất hoàn toàn bằng tay bức trường thành cao 30 phít (feet) này. Bức tường thành này đôi khi được mệnh danh là nghĩa trang dài nhất thế giới bởi vì có hàng ngàn công nhân đã chết vì phải lao động trong các điều kiện khắc nghiệt. Vào năm 214 trước Tây Lịch, lần đầu tiên nhiều đoạn của bức tường thành này được nối lại với nhau.
   Trong hai trăm năm qua Vạn lý Trường Thành đã được sửa chữa nhiều lần.
   Vào năm 135 sau Tây Lịch, một bức tường bảo vệ bờ cõi tương tự cũng đã được Hoàng Đế La Mã Hadrin cho xây cất tại miền bắc nước Anh để ngăn chận bộ lạc Pics tràn vào Ái Nhĩ Lan.

2. **Nghệ Thuật Bích Họa của Thổ Dân Úc**
Thổ Dân Úc đã cho ta thấy truyền thống liên tục lâu đời nhất của thế giới về nghệ thuật dành cho thị giác tại rất nhiều vách đá và tường trong các hang động tại Úc. Mỗi năm vào cuối mùa khô, một vài bức vẽ lại được phục hồi bằng cách truy tìm lại đường nét phác họa các loài vật. Thổ Dân Úc tin rằng việc này bảo đảm được một sự sinh sôi nảy nở của giòng giống và hứa hẹn một mùa săn bắn nhiều kết quả.
   Tổ tiên những Thổ Dân này là người đầu tiên đến sinh sống tại Úc. Ngày nay các Thổ Dân muốn được chính quyền thừa nhận về quyền sở hữu đất đai của họ, thực hiện công bằng xã hội, bảo tồn đặc tính và di sản của họ, và được bầu ra nhiều đại biểu hơn tại nghị viện Úc.

3. **Hang Lascaux**
Hang này được mở cho quan khách vào xem vào năm 1945, số người được giới hạn là năm trăm mỗi ngày. Vào năm 1960, một loại mốc xanh do hơi thở của con người gây ra đã phủ kín nhiều bức vẽ và hang không còn được mở cho công chúng coi nữa. Các bức vẽ trên tường đá có thể tìm thấy được ở nhiều nước khác kể cả Gia Nã Đại, Tây Ban Nha, Thổ Nhĩ Kỳ, Zim-ba-bu-ê, Ai Cập, Ấn Độ và Đại Hàn.

4. **Bức Tường Phía Tây**
Jê-ru-sa-lem là thánh địa của ba tôn giáo lớn--Do Thái Giáo, Cơ Đốc Giáo, và Hồi Giáo. Cổ Thành Jê-ru-sa-lem có các bức tường bao bọc được xây cất ngay tại nơi là thành phố Jê-ru-sa-lem xưa kia. Bên trong là Bức Tường Phía Tây, nơi linh thiêng nhất của người Do Thái. Theo truyền thống, nữ giới Do Thái đã chỉ được cầu nguyện một mình tại bức tường này trong khi nam giới được phép cầu nguyện một mình hay từng nhóm. Kể từ năm 1988, nhiều phụ nữ Do Thái đã thách thức sự bất bình đẳng này bằng cách cầu nguyện từng nhóm tại nơi này.
   Bức tường cao 59 phít (feet) được xây cất vào năm 961 trước Tây Lịch, một phần của bức tường phía tây chắn giữ cho đất khỏi lở của Temple Mount, là một trong những nơi linh thiêng nhất của Hồi Giáo. Nhà Thờ Holy Sepulchre, được cho là xây cất tại nơi Jesus bị đóng đinh trên cây thánh giá, cũng tọa lạc gần đây.
   Ngày nay, ít nhất có hai mươi mốt giáo phái khác nhau sống tại Jê-ru-sa-lem, một thành phố do người Do Thái cai trị. Hàng ngày có những biến động, xung đột, căng thẳng khi những con người khác nhau đấu tranh giành những nơi mà họ tin là thánh địa của họ.

1. **The Great Wall of China**
   About twenty-five hundred years ago millions of workers began to build this thirty-foot-high wall entirely by hand. The wall is some times called the longest cemetery in the world because thousands of workers died due to the harsh conditions under which they were forced to labor. Around 214 B.C. many sections of the wall were connected for the first time. During the last two hundred years the Great Wall has been repaired many times.
   In 135 A.D., a similar protective wall was built in northern England by Roman Emperor Hadrian to keep tribal Pics out of Scotland.

2. **Aborigine Wall Art**
   Aborigines display the world's oldest continuous tradition of visual art on the numerous cliff and cave walls throughout Australia. Each year, at the end of the dry season, some paintings are restored by retracing the outlines of animals. Aborigines believe this ensures the multiplication of species and a good hunting season.
   The Aborigines' ancestors were the first people to live in Australia. Today Aborigines would like to win government recognition for their land titles, achieve social equality, preserve their identity and heritage, and elect more legislators to the Australian parliament.

3. **The Lascaux Cave**
   This cave was opened to visitors, limited to five hundred a day, in 1945. By 1960 a green mold caused by human breath had covered many of the paintings and the cave was closed to the public. Paintings on rock walls can be seen in many countries including Canada, Spain, Turkey, Zimbabwe, Egypt, India, Korea and China.

4. **The Western Wall**
   Jerusalem is the holy city of three major religious groups–Jews, Christians, and Muslims. The Old City of Jerusalem, which is built where ancient Jerusalem used to be, is enclosed by walls. Inside is the Western Wall, the holiest site in the world for Jews. Traditionally, Jewish women have only prayed alone at the wall, while men have been allowed to pray alone or in groups. Since 1988, many Jewish women have been challenging the inequality of this custom by praying in groups at the wall.
   Built in 961 B.C., the fifty-nine-foot-high wall is a portion of the western retaining wall of Temple Mount, one of Islam's great est shrines. Also located nearby is the Church of the Holy Sepulchre, believed to be built over the site of Jesus' crucifixion.
   Today, people of at least twenty-one different sects live in Jerusalem, a city governed by the Israelis. There is frequent tur moil, conflict, and tension as these different people struggle for what they believe is theirs.

5. Mahabalipuram's Animal Walls

The carved animals on the rock wall in Mahabalipuram are part of the world's longest bas-relief. Today in Mahabalipuram, artists from its sculptor school keep busy repairing these carvings and Indian temples.

The diverse people of India have loved and revered animals for a long time. Buddhists, Hindus, and Jains regard all forms of life as important and believe that when a creature dies it comes back in another form. Animals have also been an important feature of Muslim art in India.

6. Muslim Walls

The pilgrimage to Mecca is the fifth pillar of the Muslim faith and the only nonmandatory one. Muslims are asked to believe in Allah, their God. Many Muslims pray five times a day facing Mecca, donate part of their income to the needy, fast during Ramadhan (a month of thanksgiving), and, if they are financially and physically able, make one trip to Mecca.

After visiting the Ka'aba, Muslims continue their pilgrimage by journeying to other holy areas near Mecca where they pray and complete their rituals.

7. Great Zimbabwe

Today, the country of Zimbabwe proudly displays a green bird on its flag. Many of these birds, carved from soapstone, once perched on the walls of Great Zimbabwe, a city that served as a political and trade center during the fourteenth and fifteenth centuries. The rediscovery of the walls in 1867 resulted in great dam age to them because people had heard that gold had been hidden in them. Today these walls are historical ruins.

8. Cuzco, Peru

Cuzco was founded in the eleventh century and was once the capital of the vast Inca empire. Often called the "City of the Sun," it is well known for its archaeological ruins. The stones used to build the walls around the city were transported long distances by workers using levers.

In 1533 the Spanish, led by Pizarro, took Cuzco and stole much of the gold off the Incas' walls. Spaniards later built the Church of Santo Domingo on top of the old foundation of the Incas' Temple of the Sun. The church has crumbled twice due to earth quakes, but the Inca walls have remained intact.

5. Các Bức Tường Khắc Loài Vật tại Mahabalipuram

Các loài vật được chạm khắc trên bức tường đá tại Mahabalipuram là hình chạm nổi thấp dài nhất thế giới. Ngày nay, các nghệ sĩ thuộc trường điêu khắc tại Mahabalipuram rất bận rộn sửa chữa các hình chạm khắc và các đền miếu Ấn Độ. Các sắc dân của Ấn Độ đã yêu và kính trọng loài vật trong một thời gian dài. Tín đồ Phật Giáo, Ấn Độ Giáo và Đạo Giáo chủ trương giải thoát linh hồn bằng sự biết, đức tin, cách hành xử phải lẽ (Jainism) xem mọi hình thức của sự sống đều quan trọng và tin rằng khi một sinh vật chết đi nó sẽ sống lại dưới dạng khác. Các loài vật cũng là một đặc điểm quan trọng trong nghệ thuật của Hồi giáo tại Ấn Độ.

6. Các Bức Tường Hồi Giáo

Cuộc hành hương đến Mecca là trụ cột thứ năm trong đức tin của người theo đạo Hồi và là trụ cột duy nhất không bắt buộc. Tín đồ Hồi Giáo được dạy cho tin tưởng vào Allah, Chúa của họ. Nhiều người theo đạo Hồi hướng về Mecca cầu nguyện năm lần một ngày, bố thí một phần lợi tức của họ cho người túng thiếu, ăn kiêng trong thời kỳ Ramadhan (một tháng Tạ Ơn), và nếu có tiền và sức khỏe, thì đi hành hương tại Mecca.

Sau khi thăm phiến đá thiêng Ka'aba, tín đồ Hồi Giáo sẽ tiếp tục cuộc hành hương đến các vùng thánh địa khác gần Mecca để cầu nguyện và hoàn tất các lễ nghi.

7. Trung tâm Chính Trị và Thương Mại Zim-ba-bu- Vĩ Đại (Great Zimbabwe)

Ngày nay, nước Zim-ba-bu-ê tự hào vẽ một con chim xanh trên lá cờ của họ. Nhiều chim loại này được khắc trên đá sờ-tê-a-rít trước đây chúng đã từng đậu trên các bức tường của thành phố Zim-ba-bu-ê Vĩ Đại (Great Zimbabwe), một trung tâm chính trị và thương mại vào thế kỷ thứ mười bốn và mười lăm. Việc tái khám phá vào năm 1867 đã gây hư hại lớn cho các bức tường này vì dân chúng đã được nghe rằng vàng đã được cất dấu trong đó. Ngày nay các bức tường này chỉ còn là những mảnh vụn đổ nát của lịch sử.

8. Cuzco, Peru

Cuzco được thành lập vào thế kỷ thứ mười một và đã một lần là thủ đô của đế quốc rộng lớn Inca. Thường được mệnh danh là "Thành Phố của Mặt Trời," thành phố này được nhiều người biết đến về các đống vụn đổ nát dành cho ngành khảo cổ. Các phiến đá dùng để xây cất các bức tường chung quanh thành phố này đã được các công nhân sử dụng đòn bẩy chuyển từ các vùng xa xôi tới.

Năm 1533 người Tây Ban Nha, dưới sự chỉ huy của Pizarro, đánh chiếm Cuzco và đã ăn cắp rất nhiều vàng chôn dấu trong các bức tường thành của Inca. Sau này người Tây Ban Nha đã xây cất Giáo Đường Santo Domingo ngay trên nền móng của Đền Thờ Mặt Trời của người Inca. Giáo đường đã bị đổ hai lần vì động đất, nhưng các bức tường của Inca vẫn đứng trơ trơ.

9. Làng Da Đỏ Taos

Pu-ê-bơ-lô (Pueblos) là những căn nhà vĩnh viễn xây bằng gạch. Người Tiwa sống tại làng Taos và gọi căn nhà của họ là "Nơi Cây Dương Liễu Đỏ" (Red Willow Place). Kiến trúc nguyên thủy vẫn được giữ nguyên, mặc dầu trải qua nhiều năm cửa ra vào và cửa sổ đã được làm thêm. Năm 1970, sau nhiều thập niên bàn cãi, chính phủ Mỹ đã đồng ý trả lại năm mươi ngàn mẫu đất bao quanh những nhà pu-ê-bơ lô cho người Tiwa.

Pu-ê-bơ-lô trong tiếng Tây Ban Nha có nghĩa là "làng." Có nhiều làng pu-ê-bơ-lô đang sinh hoạt tại Hoa Kỳ, chủ yếu tại miền Arizona và New Mexico.

Tại làng Acoma thuộc tiểu bang New Mexico, dân cư sống ở đây là một trong những sắc dân đã đến lập nghiệp lâu đời nhất tại xứ này; đó là người Keres sống trên mặt bằng của một bình nguyên cao 357 phít (feet).

10. Các Bức Bích Họa của Mễ Tây Cơ

Hàng ngàn năm nay, các bức họa đã được vẽ lên tường khắp nơi trên thế giới. Diego Rivera, Jose Orozco, và David Siquerois là các nghệ sĩ lớn của Mễ Tây Cơ đã làm sống lại các bức vẽ trên tường tại Mễ Tây Cơ vào những năm 1930. Rivera sống trong khoảng từ 1886 đến 1957. Mặc dầu ông ta là một nghệ sĩ đã gây ra nhiều tranh luận tại Mễ Tây Cơ, ông đã có công rất nhiều trong cuộc vận động thành công cho các nghệ sĩ Mễ Tây Cơ được phép vẽ trên các bức tường các tòa nhà chính quyền.

Trong thời kỳ Khủng Hoảng Kinh Tế, Rivera được thuê mướn để vẽ một bích họa cho Trung Tâm Rockfeller tại thành phố New York. Nhưng khi những người ủy thác công việc cho ông nhìn thấy bức họa, họ đã phản đối nội dung chính trị của nó. Khi Rivera từ chối không chịu sửa đổi, họ bèn cho hủy bỏ bức bích họa ấy. E.B. White đã viết một bài thơ dân gian về bức bích họa này với một điệp khúc như sau "'Tôi vẽ cái tôi vẽ, tôi vẽ cái tôi thấy, tôi vẽ điều tôi suy nghĩ,' Rivera đã nói như vậy...."

11. Bảo Tàng Viện về nền Văn Minh của Gia Nã Đại

Bà của Douglas Cardinal là người da đỏ Blackfoot tại Gia Nã Đại. Cardinal đã phác họa ra hình ảnh của Viện Bảo Tàng về nền Văn Minh của Gia Nã Đại khi ngồi với các bạn của ông trong một hồ tắm gội (theo lễ tục của người Da Đỏ Blackfoot) thuộc vùng Stony Plain, Gia Nã Đại. Ông đã đệ trình những bản phác họa của ông cho chính quyền Gia Nã Đại hơn tám mươi lần trước khi họ dứt khoát chấp thuận và cấp ngân khoản để xây cất viện bảo tàng này vào năm 1983.

Một người bạn ngồi với Cardinal trong hồ tắm gội đã đi đến Hull khi viện bảo tàng được xây cất và có nhận xét rằng nó rất giống với điều mơ ước ngày đó của Cardinal tại Stony Plain. Viện bảo tàng được xây cất bằng đá vôi lấy từ Manitoba đã mở cửa vào tháng 6 năm 1989.

Các Tờ Giấy Trắng Phía Trong Tờ Bìa

Viết trên các tờ giấy trắng phía trong tờ bìa là chữ bức tường bằng ba mươi sáu thứ tiếng: Sho-na, Ki-kon-go, Ta-ga-log, Đại hàn, Hin-đi, Ba Lan, Hòa Lan, Hung Gia Lợi, Nga, Ả Rập, Việt, Bồ Đào Nha, Thế Giới Ngữ, Ý, Thụy Điển, Hy Lạp, Ru-ma-ni, Tiệp, Pa-sa-ma-qua-đi, Swa-ha-li, Sin-ha-li, Nê-pa-li, Papago-Pima, Pháp, Do Thái, Trung Hoa, Ki-ku-y-u, Đức, Khờ Me, Tây Ban Nha, Nam Tư, Thổ Nhĩ Kỳ, Nam Dương, Hòa Lan, và Anh.

9. The Taos Pueblo

Pueblos are permanent adobe homes. The Tiwa people live at the Taos pueblo and call their home "Red Willow Place." The original architecture has remained the same, though over the years doors and windows have been added. In 1970, after many decades of dispute, the U.S. government returned fifty thousand acres of land surrounding the pueblo to the Tiwa.

Pueblo is the Spanish word for "village." There are many active pueblos in the United States, primarily in Arizona and New Mexico.

At the Acoma pueblo in New Mexico, the inhabitants of one of the oldest settlements in the country, the Keres people, live on top of a 357-foot-high mesa.

10. Mexican Murals

For thousands of years murals have been painted on walls through out the world. Diego Rivera, José Orozco, and David Siquerois were the major Mexican artists who revived mural painting in Mexico in the 1930s. Rivera lived from 1886 to 1957. Although he was a controversial artist in Mexico, he was instrumental in a successful campaign to allow Mexican artists to paint the walls of government buildings.

During the Great Depression, Rivera was hired to paint a mural in New York City's Rockefeller Center. But when the people who commissioned him saw the painting they objected to its political content. When Rivera refused to change it, they had it destroyed. E. B. White wrote a ballad about this mural with the refrain "'I paint what I paint, I paint what I see, I paint what I think,' said Rivera. . . ."

11. The Canadian Museum of Civilization

Douglas Cardinal's grandmother was a Canadian Blackfoot. Cardinal designed his visual image of the Canadian Museum of Civilization while sitting with friends in a sweat lodge in Stony Plain, Canada. He presented his designs to the Canadian government more than eighty times before they finally gave approval and funding for the museum in 1983.

A friend who had been with Cardinal in the sweat lodge traveled to Hull when the museum was being constructed and remarked how similar it was to Cardinal's vision that day in Stony Plain. The museum, which opened in June of 1989, was built with limestone from Manitoba.

Endpapers

Written on the endpapers is the word for wall in these thirty-six languages: Shona, Kikongo, Tagalog, Korean, Hindi, Polish, Dutch, Hungarian, Russian, Arabic, Vietnamese, Portuguese, Esperanto, Italian, Swedish, Greek, Hebrew, Rumanian, Czech, Passamaquoddy, Swahili, Sinhalese, Nepali, Papago-Pima, French, Yiddish, Chinese, Kikuyu, German, Khmer, Spanish, Serbo-Croatian, Turkish, Indonesian, Danish, and English.

12. The Vietnam Veterans Memorial

Jan Scruggs, a Vietnam War veteran, vowed in 1979 that a memorial would be built with the names of all Americans dead and missing as a result of the war. After political support from Congress and many private donations were obtained, a competition was held to choose the design. Maya Lin's design was chosen over 1,400 other entries. Construction was completed for dedication on November 11, 1982.

The 493.5-foot wall has 58,156 American names chiseled into it. At least 2,150,000 Vietnamese, 200,000 Cambodians, and 100,000 Laotians were also killed during the conflict, which lasted from the late 1950s to 1975.

A giant step is about three feet long.

13. Nelson Mandela's Prison Walls

Nelson Mandela has been one of many political prisoners world wide. Martin Luther King, Mohandas K. Gandhi, Henry David Thoreau, Stephen Biko, and countless others have been imprisoned because they have spoken out against their governments. Aung San Suu Kyi received the 1991 Nobel Peace Prize, even though at that time she was a political prisoner under house arrest in Myanmar (formerly Burma).

Mandela spent time in two South African prisons, Robben Island and Pollsmoor. For fourteen years he wasn't allowed any contact with his family, and he was often denied his books. In June 1991, apartheid laws of legal segregation were repealed in South Africa.

14. The Berlin Wall

In August of 1961, construction of the Berlin Wall began under the direction of Nikita Khrushchev, leader of the Soviet Union. The wall physically sealed off West Berlin from East Berlin and stopped all traffic between the two cities.

There were no solid barriers along the borders of the Iron Curtain countries (Albania, Romania, Czechoslovakia, Poland, the Soviet Union, Bulgaria, Hungary, and East Germany), but in some places barbed wire was erected and land mines planted. Since the Berlin Wall was torn down, many changes have taken place. East and West Germany have united as one country, and the city of Berlin will once again be the capital of a united Germany.

How This Book Came To Be Written

Doug Rawlings is a poet, writing instructor, and co-founder of Veterans for Peace, Inc. His poems–particularly one with the lines "I kneel / staring into the Wall / through my own reflection / beyond the names of those who died so young"–were the inspiration for *Talking Walls*.

12. Đài Kỷ Niệm Cựu Chiến Binh Trong Cuộc Chiến Việt Nam

Jan Scruggs, một cựu chiến binh trong cuộc Chiến Việt Nam, đã hứa rằng một đài kỷ niệm sẽ được xây cất với tên tuổi của tất cả người Mỹ đã chết và mất tích vì cuộc chiến tranh này. Sau khi có được hậu thuẫn chính trị của Quốc Hội và tiền quyên góp của tư nhân, một cuộc thi tài được tổ chức để chọn đồ án cho đài kỷ niệm. Đồ án của Maya Lin được tuyển chọn trong số trên 1,400 đồ án dự thi. Việc xây cất đài kỷ niệm đã được hoàn tất để khánh thành vào ngày 11 tháng 11, 1982.

Bức tường dài 493.5 phít (feet) khắc tên tuổi của 58,156 người Mỹ. Ít nhất có 2,150,000 người Việt Nam, 200,000 người Cam Bốt, và 100,000 người Lào bị giết trong cuộc chiến kéo dài từ những năm cuối của thập niên 1950 đến năm 1975.

Một bước chân khổng lồ có chiều dài khoảng ba phít (feet).

13. Các Bức Tường Nhà Tù của Nelson Mandela

Nelson Mandela là một trong nhiều tù nhân chính trị trên thế giới. Martin Luther King, Mohandas K. Gandhi, Henry David Thoreau, Stephen Biko và không biết bao nhiêu người khác nữa cũng đã bị cầm tù vì lên tiếng chống đối các chính quyền của họ. Aung San Suu Kyi đã tiếp nhận Giải Thưởng Nobel Hòa Bình năm 1991, và tuy vậy kể từ tháng 7, 1989 bà vẫn là một tù nhân chính trị bị quản thúc tại nhà ở Myanmar (trước đây là Miến Điện).

Mandela đã sống trong hai nhà tù ở Nam Phi, Robben Island và Pollsmoor. Trong suốt mười bốn năm ông không hề được tiếp xúc với gia đình, và ông cũng thường không được nhận sách báo gửi đến. Vào tháng 6, 1991, luật kỳ thị ở Nam Phi được bãi bỏ.

14. Bức Tường Bá Linh

Vào tháng 8, 1961, việc xây cất bức tường Bá Linh đã được bắt đầu dưới sự chỉ đạo của Nikita Khrushchev, nhà lãnh đạo của Liên Bang Sô Viết. Bức tường này thật sự đã bịt kín Tây Bá Linh khỏi Đông Bá Linh và đã ngăn chặn mọi sự giao thông giữa hai thành phố.

Không có hàng rào cản vững chắc nào dọc theo biên giới các Nước Đằng Sau Bức Màn Sắt (An-ba-ni, Ro-ma-ni, Tiệp Khắc, Ba Lan, Liên Bang Sô Viết, Bảo Gia Lợi, Hung Gia Lợi, và Đông Đức), nhưng ở một vài nơi hàng rào kẽm gai đã được dựng lên và mìn được chôn đặt.

Từ ngày Bức Tường Bá Linh được phá bỏ, nhiều thay đổi đã xảy ra. Đông và Tây Đức đã thống nhất thành một nước, và một lần nữa thành phố Berlin lại sẽ trở thành thủ đô của nước Đức thống nhất.

Cuốn Sách Này Đã Được Viết Ra Trong Trường Hợp Nào.

Doug Rawlings là một thi sĩ, giảng viên về viết văn, và đồng sáng lập viên của Tổ Chức Cựu Chiến Binh phục vụ cho Hòa Bình. Các bài thơ của ông--đặc biệt là bài thơ với các câu "Tôi quỳ/nhìn chòng chọc vào Bức Tường, qua sự suy ngẫm riêng của tôi/bên kia tên tuổi của những người chết còn quá trẻ"--đã là nguồn hứng cho cuốn Talking Walls.

Talking Walls by Margy Burns Knight   Illustrated by Anne Sibley O'Brien

According to an old tale, the only structure on earth that can be seen from the moon is the magnificent Great Wall of China. For about fifteen hundred miles this ancient fortress twists and turns like a massive stone serpent across the mountains, plains, and deserts of China. Chinese children and their families and people from many other countries love to visit the wall where they walk along a path, as wide as five horses, that winds along the top of the wall.

More than two thousand years ago, large stones and granite boulders were used to construct much of the wall's eastern side. Bricks that were formed by pounding together moistened dirt made up sections of the western side. Some say the Great Wall was built to keep out invaders. Others say it was built to keep the Chinese at home.

When this Aborigine boy was eight years old, he placed his hand next to his father's handprint and spread apart his small brown fingers. Then he blew a chalky white powder between his fingers onto the wall. He is very proud to return and find his handprint on the rock wall.

This rock wall and many others like it in Australia are covered with handprints and a collection of figures: skeletal fish, darting kangaroos, and people on horseback. Aborigines, descendants of Australia's first people, read their history in these paintings, some of which are more than thirty thousand years old.

Many paintings tell stories of the Aborigines' love of the land and of how they and their ancestors have always taken good care of the earth. Other, more recent paintings, tell of a terrible time when settlers came by ship with guns and took the land away from them. Today Aborigines continue to tell their stories with wall and tree-bark paintings.

Searching for their dog in the thick brambles of the French woods in 1940, four boys found a small hole in the ground. After digging and shimmying through the narrow hole, they discovered an abandoned cave. Their curiosity led them to explore its dark interior. Once inside they were amazed to see tumbling horses, charging bison, and leaping antelope magnificently painted on the walls of this Lascaux cave.

After keeping the treasured cave secret for several days, the boys finally shared their find with a trusted teacher. They soon learned that the wall paintings were created more than seventeen thousand years ago. The people who drew these pictures didn't cook, sleep, or play in this cave or any of the other caves in the area. The caves were used only for special hunting and religious ceremonies.

From before the sun comes up until long after bedtime, Jewish children and their families come to tuck special pieces of paper in the ancient Western Wall in Jerusalem. Solemnly they place their handwritten Hebrew prayers in the wall's worn crevices.

Every day crowds of worshippers from all over the world gather at the towering structure that was once the western wall of King Solomon's temple. It is often called the Wailing Wall because many Jewish people lament that their temple was destroyed more than two thousand years ago. One of their prayers is that it will be rebuilt one day.

Crafty cats, proud bulls, enormous elephants, and curious monkeys are a few of the many larger-than-life animals that have been carved into the cliffs near India's Bay of Bengal.

In Hindu myths and Indian tales, many of these animals think and talk like humans. Elephants bring rain and good luck in the myths, and the tales tell how clever monkeys outwit scheming crocodiles.

The sounds of chisels and hammers could be heard in India almost two thousand years ago as artists crafted the splendid animals on the rock walls. Today the sounds of children's voices can be heard as they play near these majestic Indian animals.

The paintings on the outside walls of this Egyptian house tell a story about a very personal journey. It is the story of a pilgrimage from this village to the southwestern Saudi Arabian city of Mecca, the holiest place in the Islamic world.

As children, many Muslims learn that one day they will be asked to make a trip to Mecca where Muhammad, the founder of their religion, was born. Every year millions of Muslims speaking hundreds of different languages travel to Mecca to perform seven rituals. First, while they pray, they walk or run around the Ka'aba, a shrine whose walls protect a sacred stone. After the pilgrims complete six other rituals, they return home from Mecca and are then called Hadjiis. The decorated walls are a proud reminder of their pilgrimage.

Many mysteries used to surround the ancient gray-green granite walls of Great Zimbabwe in southeast Africa. Who built the stately circular walls that were home to the thousands of Shona people more than a thousand years ago? Why did the Shona abandon this once noble city after they had lived there so many years? What was the purpose of the conical tower built within the walls?

Today people know that it was not builders from other places but the ancestors of the skilled Shona masons who carefully hand cut, trimmed, and piled stones one by one to build Great Zimbabwe. In the Shona language, Zimbabwe means "stone enclosure."

The Shona moved away from Great Zimbabwe, once a busy trade center, because many of the area's natural resources had been depleted. Still unsolved is the mystery of why the masons built the tower. Some think it was a sacred place. Others think it was used for storage. No one really knows.

In June, Incas gather for a celebration at their walls in Cuzoo, Peru, a city that lies high in the Andes Mountains. Many of the stones that were used long ago to build these walls are three and four times taller than a grown person. It is hard to imagine how such enormous stones could have been moved without modern tools, so people have made up stories to explain how the walls were built. Some say that supernatural beings built the Cuzco walls; others claim that the ancient Incan masons knew how to change stone into liquid.

Today at these walls, Incas celebrate the festival of Inti Rayma. They sit on the gigantic fortress walls that were built by their ancestors more than six hundred years ago. Here they listen to the haunting sounds of ancient instruments and watch traditional dances that honor the sun.

Every day for more than eight hundred years, the children of Taos pueblo in New Mexico have climbed up and down ladders that lead into their five-story homes. This sunbaked adobe compound continues to be the home of the Pueblo people because no one has succeeded in pushing them off their lands, though many have tried. The residents of the Taos pueblo are proud that they live comfortably within the walls that their people have occupied for more than thirty generations.

Visitors are welcome to watch the traditional Deer and Turtle dances at the pueblo, yet no one but the pueblo people are allowed inside the walls of the ceremonial kivas. This is one of the ways in which the people of Taos pueblo preserve the sacred, private aspects of their culture.

The walls that Diego Rivera painted are like the pages of a large picture book. Many of the huge murals that he painted on walls throughout Mexico show the glorious and painful history of his country. Women hard at work with babies on their backs, farmers bending over in the fields, and people fighting for their rights are just some of the characters that Rivera portrayed in his murals.

An artist of tremendous energy and passion, Rivera worked for ten, twelve, sometimes fourteen hours a day. He painted to share his vision of Mexico's history with his people.

The limestone walls of the Canadian Museum of Civilization in Hull, Québec, across the river from Ottawa, resemble the melting glaciers and windswept rocks of the Western Canadian Shield. Douglas Cardinal, an architect from Alberta, feels such respect for his homeland that he designed the exterior walls of this museum to look like the landforms of Canada.

The museum displays encourage visitors to wander through thousands of years of Canadian history. Many exhibits also celebrate the creative genius of all people by showing that the world is truly a global village. Children can dress up in international costumes, play in an igloo, and listen to street scenes from around the world aboard a colorfully decorated bus. On their way in and out of the museum, visitors marvel at the splendid totem poles that were carved by the first people of western Canada.

Flowers, letters, candles, and boots are lovingly placed under the names written on the Vietnam Veterans Memorial, in Washington, D.C. Each day these mementos and many others are left at the long, black reflective wall that rises out of the earth. The monument is about one hundred sixty-five giant steps long and was designed by Maya Lin, a twenty-one-year-old architecture student. She chose black granite for her design because she felt you could gaze into it forever. Every day people come to visit the wall, and many cry as they look at, touch, and remember the names of American men and women who were killed or are still missing as a result of the war in Vietnam.

Many more men, women, and children died during this war. If the names of these Vietnamese, Cambodian, and Laotian dead were chiseled into the wall, it would extend for at least another seven thousand giant steps.

Nelson Mandela spent twenty-six birthdays within hostile South African prison walls. The thousands of birthday cards sent to him might have brightened his bleak walls, but prison officials never allowed Mandela to read them.

The majority of the people in South Africa are black, yet for many generations they had no say in how their government was ruled. Since Mandela was a young man, he has spoken out for freedom and fairness for all South Africans. The people in the white-ruled government were scared of Mandela's ideas of justice and in 1964 sentenced him to life in jail.

Many people were angry that Mandela was jailed. For years they marched and chanted "Free Nelson Mandela." This song of protest rang out around the world. As a result of these protests, Nelson Mandela was freed from his prison walls on February 11, 1990.

Today Mandela continues to talk about freedom. Together with many others, he is working very hard to make South Africa a country where all people live in harmony and where every person has a vote.

On November 9, 1989, thousands of jubilant Germans went to a street party at the Berlin Wall. Their cheers, cries, and songs could be heard for miles as East and West Germans who had been kept apart for more than twenty-five years came together to tear down the wall.

The Berlin Wall, constructed in 1961, became a physical part of an invisible barrier that had divided Eastern and Western Europe since 1945. At that time Winston Churchill, the leader of Great Britain, called this invisible barrier the "Iron Curtain" because he believed the Soviet Union wanted to divide countries and take them over. Joseph Stalin, the leader of the Soviet Union at that time, thought this invisible wall would protect his country from further invasion.

Many people living in Europe grew weary of the walls that separated them from their neighbors. For years these people dreamed of the day when their voices of protest would lift the Iron Curtain and their hands would tear down the Berlin Wall. People throughout the world were amazed when the Berlin Wall finally did come down in 1989. Since then the borders of many Eastern European countries have opened, reuniting friends and families and neighbors.

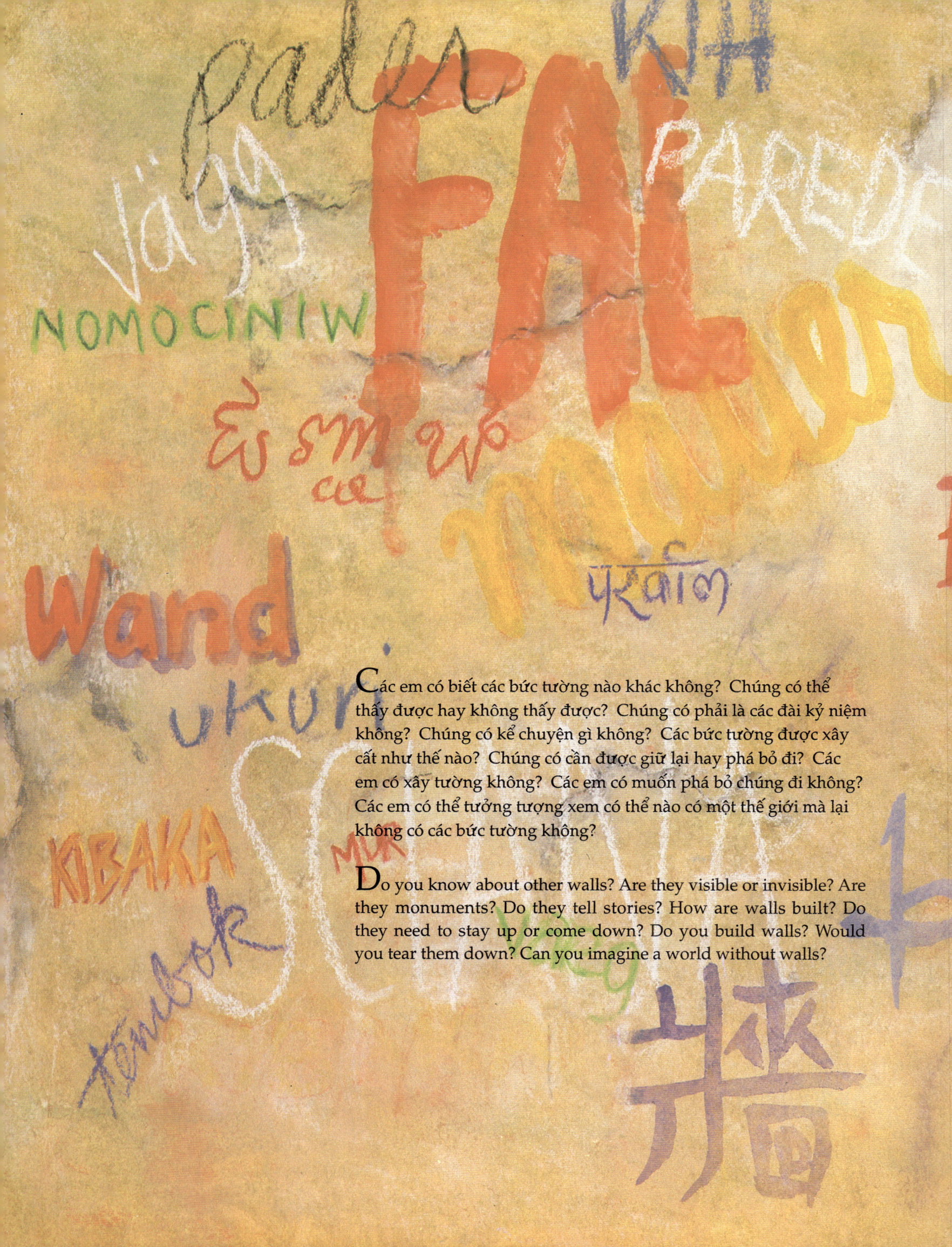

Các em có biết các bức tường nào khác không? Chúng có thể thấy được hay không thấy được? Chúng có phải là các đài kỷ niệm không? Chúng có kể chuyện gì không? Các bức tường được xây cất như thế nào? Chúng có cần được giữ lại hay phá bỏ đi? Các em có xây tường không? Các em có muốn phá bỏ chúng đi không? Các em có thể tưởng tượng xem có thể nào có một thế giới mà lại không có các bức tường không?

Do you know about other walls? Are they visible or invisible? Are they monuments? Do they tell stories? How are walls built? Do they need to stay up or come down? Do you build walls? Would you tear them down? Can you imagine a world without walls?

Con người trên khắp thế giới đã từng sử dụng và xây dựng các bức tường cả hàng ngàn năm nay. Các bức tường này kể nhiều chuyện rất hấp dẫn.

People all over the world have been using and building walls for thousands of years. These walls tell many fascinating stories.

Gửi đến Kyle, Emilie, Perry, và Yunhee.
Trên khắp thế giới, mỗi giờ trong ngày đều có những người thuộc mọi lứa tuổi, chủng tộc, tín ngưỡng đang làm việc hăng say để tạo ra một thế giới không có những bức tường làm thương tổn đến con người. Chúng tôi muốn hiến dâng cuốn sách này lên đến các vị đó.

Margy Burns Knight và Anne Sibley O'Brien

Copyright ©1995 **Pacific Asia Press**
All Rights Reserved. No part of this publication may be reproduced or transmitted in any form or by any means, electronic or mechanical, including photocopy, recording, or any information storage or retrieval system, without permission in writing from the copyright owner. Request for permission, Pacific Asia Press, P.O.Box 4321, Covina, CA91723.

Text Copyright © 1992 by Margy Burns Knight
Illustrations Copyright © 1992 by Anne Sibley O'Brien
Published by arrangement with Tilbury House, Publishers, 132 Water St., Gardiner, ME 04345, U.S.A.
Vietnamese and English Bilingual edition
Published by:
Pacific Asia Press
a Greenshower Corp.
10957 Klingerman St., S. El Monte, CA 91733
Tel:818-575-1000 Fax:818-859-3136

Library of Congress Catalog Card Number: 95-70342
Library of Congress Cataloging-in-Publication Data
Knight, Margy Burns.
   Talking Walls / by Margy Burns Knight : illustrated by Anne Sibley O'Brien.
     p. cm.
   Vietnamese and English
   Summary: An illustrated description of walls around the world and their significance, from the Great Wall of China to the Berlin Wall. in Vietnamese and English Bilingual.
   ISBN 1-879600-39-0

   1. Walls--Juvenile literature. [1. Walls. 2. World history. 3.Vietnamese and English Bilingual.]
   I. O'Brien, Anne Sibley, ill. II. Title.
   TH2201.K64 1995
   900--dc20   95-70342
                                           CIP
                                           AC

Acknowledgements:
Excerpt from Poems and Sketches of E.B. White. Copyright
1933 by E.B. White. Reprinted by permission of HarperCollins Publishers.
Excerpt from "Mending Wall" by Robert Frost from The Poetry of Robert Frost, Henry Holt and Company, Inc.

Distributed by:

**Multicultural Distributing Center
A Greenshower Corp.**
800 N. Grand Ave.,
P.O.Box: 4321
Covina, CA 91723